Tủ Sách Bảo Anh Lạc 50

NGHI THỨC
TỤNG KINH A DI ĐÀ
& MÔNG SƠN THÍ THỰC

Thích Nữ Giới Hương biên soạn

NXB Hồng Đức

HƯƠNG SEN PUBLISHER

Huong Sen Buddhist Temple

19865 Seaton Avenue,

Perris, CA 92570, USA

Tel: 951-657-7272, Cell: 951-616-8620

Email: huongsentemple@gmail.com,

thichnugioihuong@yahoo.com

Facebook:https://www.facebook.com/huongsentemple

Web: www.huongsentemple.com

TỔNG BIÊN TẬP: **Thích Nữ Giới Hương**

Sữa chữa nội dung: Tỳ-kheo-ni Viên Tiến

ISBN: 978-1-0880-8397-0

MỤC LỤC

LỜI GIỚI THIỆU

Từ lâu các kinh sách Phật Giáo Việt Nam bị ảnh hưởng bởi ngôn ngữ âm Hán Việt của Trung Quốc. Từ những thế kỷ 20 (năm 2000 trở đi) các kinh sách dần dần đã được chư tôn thiền đức Tăng Ni chuyển qua quốc ngữ tiếng Việt, để Phật tử dễ đọc, nhất là những vị chưa có kiến thức về âm Hán Việt.

Người biên soạn xuất gia tại Chùa Liên Hoa, Bình Thạnh, với Tôn Sư Hải Triều Âm, các kinh sách trong Chùa tụng bằng tiếng Việt do Tôn sư chuyển ngữ. Từ năm 2005 trở đi, người biên soạn định cư và hoằng pháp tại Hoa Kỳ. Nhiều Chùa ở Hoa Kỳ vẫn còn tụng kinh bằng âm Hán Việt và nhiều nơi phải tụng bằng tiếng Anh cho người bản địa và thế hệ con cháu thứ hai sanh tại Mỹ có thể tụng hiểu được. Phật tử Việt tụng kinh bằng tiếng Việt mà vẫn chưa hiểu được ý nghĩa ẩn sâu trong lời kinh và càng bối rối hơn khi tụng kinh bằng bằng âm Hán Việt. Đó là lý do thúc đẩy, chùa Hương Sen biên soạn 8 cuốn kinh tụng hàng ngày và sắp theo số thứ tự của Tủ sách Bảo Anh Lạc là từ số 46-53:

46. Nghi Thức Công Phu Khuya–Thần Chú Thủ Lăng Nghiêm,

47. Nghi Thức Cầu An – Kinh Phổ Môn

48. Nghi Thức Cầu An – Kinh Dược Sư

49. Nghi Thức Sám Hối Hồng Danh

50. Nghi Thức Công Phu Chiều – Mông Sơn Thí Thực

51. Khóa Tịnh Độ – Kinh A Di Đà

52. Nghi Thức Cúng Linh và Cầu Siêu

53. Nghi Lễ Hàng Ngày (tổng hợp 50 bài kinh và sám thường tụng)

- Đây là các bài kinh mà chư Ni và Phật tử thường tu tập tụng niệm hàng ngày để nhiếp thân khẩu ý, chánh niệm tỉnh giác, sám hối tội lỗi, thâm nhập lời Phật, khai mở Phật trí.
- Các bài kinh tụng phổ biến cảm ân đức của Chư Phật và Bồ tát, sư trưởng, cha mẹ, đất nước, đàn na tín thí để phục vụ các ngày lễ Vía Phật giáo.
- Các nghi thức phục vụ đại đồng chúng sanh như phóng sanh, hằng thuận (đám cưới), cầu an (cầu cho bịnh nhân), cầu siêu (cầu cho người chết), cúng linh, tang lễ, an táng, hỏa táng,vv... đáp ứng nhu cầu tâm linh tôn giáo cho quần chúng.

Tài liệu biên soạn dựa vào các nghi tụng của Chùa Dược Sư – Tịnh Độ Ni Viện Hải Triều Âm (*Tôn Sư Hải Triều Âm*), Chùa Phật Tổ (*Hòa Thượng Thích Thiện Thanh*), Làng Mai (*Sư Ông Nhất Hạnh*) và Chùa Giác Ngộ (*Thượng Tọa Thích Nhật Từ*), vv...

Là hậu học, kiến thức và sự tu tập còn hạn hẹp, trong lúc biên soạn, sẽ có nhiều thiếu xót không thể tránh khỏi, kính mong Chư tôn thiền đức Tăng Ni và thiện hữu tri thức thương xót chỉ dạy để lần sau tái bản được hoàn chỉnh hơn. Chúng con thành kính tri ân.

Nếu có chút công đức nào, xin nguyện hồi hướng cầu siêu cho hương linh thân phụ *Phạm Văn Danh (Pháp danh Chánh Đức Minh*) và hương linh thân mẫu *Trần Thị Sáu (Pháp danh Bổn Ấn)* cùng tất cả chúng sanh trong 10 phương thế giới sớm giải thoát giác ngộ, trở về Phật tâm vốn có.

Linh quang riêng chiếu, vượt khỏi căn trần
Thể bày chân thường, chẳng kẹt văn tự
Tâm tánh không nhiễm, vốn tự viên thành
Chỉ lìa vọng duyên, tức như như Phật.

(*Thiền sư Bá Trượng*)

Nam Mô A Di Đà Phật.

Nắng Xuân Tân Sửu, Phật lịch 2565

(Dương lịch năm 2021)

Thành tâm kính lạy,

Hậu học: **Thích Nữ Giới Hương**

NGHI THỨC
TỤNG KINH A DI ĐÀ & MÔNG SƠN THÍ THỰC

CÚNG HƯƠNG

(Quì ngay thẳng, cầm 3 cây hương dâng ngang trán, chỉ chủ lễ niệm)

Nguyện dâng hương mầu nầy
Cúng dường tất cả Phật
Tôn Pháp, chư Bồ Tát
Thinh Văn và Duyên Giác
Cùng các bậc Thánh Hiền
Duyên khởi đài sáng chói
Khắp xông mười phương cõi
Tỏa ngát các chúng sanh
Đều phát tâm Bồ Đề
Xa lìa các vọng nghiệp
Trọn nên Đạo Vô Thượng.

Nam Mô Hương Cúng Dường Bồ Tát Ma Ha Tát. (o) (1 xá)

CẦU NGUYỆN CÚNG MÔNG SƠN

(Chủ lễ nguyện)

Hôm nay, đệ tử chúng con là…, tại… cung đối trước tam bảo, nguyện trì tụng Kinh A Di Đà và Mông Sơn Thí Thực, xưng tán Hồng Danh, tu hành công đức.

Chúng con sắm sửa hương hoa phẩm vật, cúng thí Âm Hồn Các Đảng, vất vưởng thê lương, không nhà không cửa, không nơi nương tựa, đói khát thảm thương, hoặc nơi chiến trường hoang dã, ngã gục tan thây, hoặc nơi thâm sơn cùng cốc, rắn độc gấu beo, hoặc nơi sông sâu biển rộng, cá, sấu vây quanh, xé nát thân ra, từng manh miếng nhỏ. Tất cả oan hồn yểu tử, nay mời về núp bóng Từ Quang, dự đàn thí thực, nương nhờ Phật lực, câu kinh, sớm được siêu sinh Tịnh Độ. Ngưỡng mong Phật đức cao dày, từ bi gia hộ. (o)

Nam Mô U Minh Giáo Chủ, Cứu Khổ Bổn Tôn, Cứu Bạt Minh Đồ, Đại Nguyện Địa Tạng Vương Bồ Tát tác đại chứng minh. (o) (1 xá)

KHEN NGỢI PHẬT

Đấng Pháp Vương vô thượng

Ba cõi chẳng ai bằng

Thầy dạy khắp trời, người

Cha lành chung bốn loài

Quy y tròn một niệm

Dứt sạch nghiệp ba kỳ

Xưng dương cùng tán thán

Ức kiếp không cùng tận. (o) (1 xá)

QUÁN TƯỞNG PHẬT

Phật, chúng sanh tánh thường rỗng lặng

Đạo cảm thông không thể nghĩ bàn

Lưới đế châu ví đạo tràng

Mười phương Phật hiện hào quang sáng ngời

Trước bảo tọa thân con ảnh hiện

Cúi đầu xin thệ nguyện quy y. (o)

ĐẢNH LỄ

(Đại chúng đồng tụng)

Chí tâm đảnh lễ:

Nam Mô tận hư không biến pháp giới quá, hiện, vị lai thập phương chư Phật, Tôn Pháp Hiền Thánh Tăng thường trụ Tam Bảo. (o) (1 lạy)

Chí tâm đảnh lễ:

Nam Mô Ta Bà Giáo Chủ Bổn Sư Thích Ca Mâu Ni Phật, Đương Lai Hạ Sinh Di Lặc Tôn

Phật, Đại Trí Văn Thù Sư Lợi Bồ Tát, Đại Hạnh Phổ Hiền Bồ Tát, Hộ Pháp Chư Tôn Bồ Tát, Linh Sơn Hội Thượng Phật Bồ Tát. (o) (1 lạy)

Chí tâm đảnh lễ:

Nam Mô Tây Phương Cực Lạc Thế Giới Đại Từ Đại Bi A Di Đà Phật, Đại Bi Quán Thế Âm Bồ Tát, Đại Thế Chí Bồ Tát, Đại Nguyện Địa Tạng Vương Bồ Tát, Thanh Tịnh Đại Hải Chúng Bồ Tát. (o) (1 lạy)

TÁN DƯƠNG CHI

(Mời ngồi xuống và khai chuông mõ)

Cành dương nước tịnh nhiệm mầu
Rưới tắt muôn vàn cảnh khổ đau
Chư Thiên mát mẻ, tâm thanh tịnh
Nhân thế vui tươi, cảnh an nhàn
Cam lồ rưới khắp trần gian
Lửa sân dứt sạch, sen vàng nở hoa.

Nam Mô Thanh Lương Địa Bồ Tát Ma Ha Tát. (3 lần) (o)

CHÚ ĐẠI-BI

Nam Mô Đại Bi Hội Thượng Phật Bồ Tát. (3 lần) (o)

Thiên thủ thiên nhãn vô ngại đại-bi tâm đà-la-ni.

Nam Mô hắc ra đát na, đa ra dạ da. Nam Mô a rị da, bà lô yết đế, thước bát ra da, Bồ-đề tát đỏa bà da, ma ha tát đỏa bà da, ma ha ca lô ni ca da, án, tát bàn ra phạt duệ số đát na đát tỏa.

Nam Mô tất kiết lật đỏa y mông a rị da, bà lô kiết đế thất Phật ra lăng đà bà.

Nam Mô na ra cẩn trì hê rị ma ha bàn đa sa mế, tát bà a tha đậu thâu bằng, a thệ dựng, tát bà tát đa, na ma bà già, ma phạt đạt đậu, đát điệt tha. Án a bà lô hê, lô ca đế, ca ra đế, di hê rị, ma ha bồ-đề tát đỏa, tát bà tát bà, ma ra ma ra, ma hê ma hê, rị đà dựng, cu lô cu lô kiết mông, độ lô độ lô, phạt xà da đế, ma ha phạt xà da đế, đà ra đà ra, địa rị ni, thất Phật ra da, dá ra dá ra. Mạ mạ phạt ma ra, mục đế lệ, y hê y hê, thất na thất na a ra sâm Phật ra xá-lợi, phạt sa phạt sâm, Phật ra xá da, hô lô hô lô ma ra, hô lô hô lô hê rị, ta ra ta ra, tất rị tất rị, tô rô tô rô, bồ-đề dạ bồ-đề dạ, bồ-đà dạ, bồ-đà dạ, di đế rị dạ, na ra cẩn trì địa rị sắc ni na, ba dạ ma na ta bà ha. Tất đà dạ ta bà ha. Ma ha tất đà dạ ta bà ha. Tất đà du nghệ thất bàn ra dạ, ta bà ha. Na ra cẩn trì ta bà ha. Ma ra na ra ta bà ha. Tất ra tăng a mục khê da, ta bà ha. Ta bà ma ha, a tất đà dạ, ta bà ha. Giả kiết ra a tất đà dạ, ta bà ha. Ba đà ma yết tất đà dạ, ta bà ha. Na ra cẩn trì bàn đà ra dạ, ta bà ha. Ma bà lị thắng yết ra dạ, ta bà ha.

Nam Mô hắc ra đát na, đa ra dạ da. Nam Mô a rị da, bà lô yết đế, thước bàng ra dạ, ta bà ha.

Án tất điện đô, mạn đa ra, bạt đà dạ, ta bà ha. (3 lần) (o)

Nam mô Thập phương Thường trú Tam Bảo. (3 lần) (o)

KHAI KINH KỆ

Thăm thẳm cao siêu Pháp nhiệm mầu

Trăm ngàn muôn kiếp khó tìm cầu,

Con nay nghe thấy chuyên trì niệm,

Nguyện tỏ Như Lai nghĩa nhiệm mầu.

Nam Mô Bổn Sư Thích Ca Mâu Ni Phật. (3 lần) (o)

Nam Mô Liên Trì Hải Hội Phật Bồ Tát. (3 lần) (o)

PHẬT NÓI KINH A DI ĐÀ
KỲ VIÊN ĐẠI HỘI

Ta nghe như vầy: Một thuở nọ Đức Phật ở nơi vườn Kỳ Thọ, cấp Cô Độc nước Xá-Vệ, cùng với một nghìn hai trăm năm mươi vị đại Tỳ kheo câu hội: đều là bậc A La Hán mọi người đều quen biết, như là:

Trưởng lão Xá-Lợi-Phất, Đại Mục-Kiền-Liên, Đại Ca-Diếp, Ma-Ha Ca-Chiên-Diên, Ma-Ha Câu-Hy-La, Ly-Bà-Đa, Châu-Lợi-Bàn-Đà-Già, Na-Đà, A-Nan-Đà, La-Hầu-La, Kiều-Phạm-Ba-Đề, Tân Đầu-Lư-Phả-La-Đọa, Ca-Lưu-Đà-Di, Ma-Ha Kiếp Tân Na, Bạc-Câu-La, A-Nâu-Lầu-Đà, những vị đại đệ tử như thế.

Và hàng Đại Bồ Tát, Văn-Thù-Sư-Lợi: Pháp-Vương-Tử, A-Dật-Đa Bồ Tát, Càn-Đà-Ha-Đề Bồ Tát, Thường-Tinh-Tấn Bồ tát. cùng với các vị Đại Bồ tát như thế và với vô lượng chư Thiên như ông Thích-Đề-Hoàn-Nhơn..v..v.. đại chúng cùng đến dự hội. (o)

Y BÁO CHÁNH BÁO

Bấy giờ đức Phật bảo ngài Trưởng lão Xá-Lợi-Phất rằng: "Từ đây qua phương Tây quá mười muôn ức cõi Phật, có thế giới tên là Cực Lạc, trong thế giới đó có đức Phật hiệu là A Di

Đà hiện nay đương nói pháp. (o)

Y BÁO TRANG NGHIÊM

Xá Lợi Phất! Cõi đó vì sao tên là Cực lạc?

Vì chúng sanh trong cõi đó không có bị những sự khổ, chỉ hưởng những điều vui, nên nước đó tên là Cực Lạc.

Xá Lợi Phất! Lại trong cõi Cực Lạc có bảy từng bao lơn, bảy từng mành lưới, bẩy từng hàng cây, đều bằng bốn chất báu bao bọc giáp vòng, vì thế nên nước đó tên là Cực Lạc.

Xá Lợi Phất! Lại trong cõi Cực Lạc có ao bằng bẩy chất báu, trong ao đầy dẫy nước đủ tám công đức, đáy ao thuần dùng cát vàng trải làm đất.

Vàng bạc, lưu ly, pha lê hiệp thành những thềm, đường ở bốn bên ao; trên thềm đường có lầu gác cũng đều nghiêm sức bằng vàng, bạc, lưu ly, pha lê, xa cừ, xích châu, mã não.

Trong ao có hoa sen lớn như bánh xe: hoa sắc xanh thời ánh sáng xanh, sắc vàng thời ánh sáng vàng, sắc đỏ thời ánh sáng đỏ, sắc trắng thời ánh sánh trắng, mầu nhiệm thơm tho trong sạch. (o)

Xá Lợi Phất! Cõi nước Cực Lạc thành tựu công đức trang nghiêm dường ấy.

Xá Lợi Phất! Lại trong cõi nước của đức Phật

đó, thường trổi nhạc trời, đất bằng vàng ròng, ngày đêm sáu thời rưới hoa trời mạn đà la.

Chúng sanh trong cõi đó thường vào lúc sáng sớm, đều lấy đãy hoa đựng những hoa tốt đem cúng dường mười muôn ức đức Phật ở phương khác, đến giờ ăn liền trở về bổn quốc ăn cơm xong đi kinh hành. (o)

Xá Lợi Phất! Cõi nước Cực Lạc thành tựu công đức trang nghiêm dường ấy.

Lại nữa, Xá-Lợi-Phất! Cõi đó thường có những giống chim mầu sắc xinh đẹp lạ thường, nào chim Bạch hạt, Khổng-tước, Anh-võ, Xá-lợi, Ca-lăng-tần-già, Cộng-mạng; những giống chim đó ngày đêm sáu thời kêu tiếng hòa nhã.

Tiếng chim đó diễn nói những pháp như ngũ căn, ngũ lực, thất bồ đề phần, bát thánh đạo phần..v..v.. Chúng sanh trong cõi đó nghe tiếng chim xong thảy đều niệm Phật, niệm Pháp, niệm Tăng! (o)

Xá-Lợi-Phất! Ông chớ cho rằng những giống chim đó thiệt là do tội báo sanh ra. Vì sao?

Vì cõi của đức Phật đó không có ba đường dữ. Xá-Lợi-Phất! Cõi của đức Phật đó tên đường dữ còn không có huống gì lại có sự thật. Những giống chim đó là do đức Phật A Di Đà muốn làm cho tiếng pháp được tuyên lưu mà biến hóa làm ra đấy thôi.

Xá-Lợi-Phất! Trong cõi nước của đức Phật đó, gió nhẹ thổi động các hàng cây báu và động mành lưới báu, làm vang ra tiếng vi diệu, thí dụ như trăm nghìn thứ nhạc đồng một lúc hòa chung.

Người nào nghe tiếng đó tự nhiên đều sanh lòng niệm Phật, niệm Pháp, niệm Tăng.

Xá-Lợi-Phất! Cõi nước của đức Phật đó thành tựu công đức trang nghiêm dường ấy. (o)

CHÁNH BÁO VÔ LƯỢNG THÙ THẮNG

Xá-Lợi-Phất! Nơi ý ông nghĩ sao? Đức Phật đó vì sao hiệu là A Di Đà?

Xá-Lợi-Phất! Đức Phật đó, hào quang sáng chói vô lượng, soi suốt các cõi nước trong mười phương không bị chướng ngại vì thế nên hiệu là A Di Đà.

Xá-Lợi-Phất! Đức Phật đó và nhân dân của Ngài sống lâu vô lượng vô biên a tăng kỳ kiếp, nên hiệu là A Di Đà.

Xá-Lợi-Phất! Đức Phật A Di Đà thành Phật nhẫn lại đến nay, đã được mười kiếp.

Xá-Lợi-Phất! Lại đức Phật đó có vô lượng vô biên Thanh Văn đệ tử đều là bực A La Hán, chẳng phải tính đếm mà có thể biết được, hàng Bồ tát chúng cũng đông như thế.

Xá-Lợi-Phất! Cõi nước của đức Phật đó thành tựu công đức trang nghiêm dường ấy.

Xá-Lợi-Phất! Lại trong cõi cực lạc, những chúng sanh vãng sanh vào đó đều là bực bất thối chuyển.

Trong đó có rất nhiều vị bực nhất sanh bổ xứ, số đó rất đông, chẳng phải tính đếm mà biết được, chỉ có thể dùng số vô lượng vô biên a-tăng-kỳ để nói thôi!

Xá-Lợi-Phất! Chúng sanh nào nghe những điều trên đây, nên phải phát nguyện cầu sanh về nước đó.

Vì sao? Vì đặng cùng với các bậc Thượng thiện nhơn như thế câu hội một chỗ. (o)

NHƠN HẠNH VÃNG SANH

Xá-Lợi-Phất! Chẳng có thể dùng chút ít thiện căn phước đức nhơn duyên mà được sanh về cõi đó.

Xá-Lợi-Phất! Nếu có thiện nam tử, thiện nữ nhân nào nghe nói đức Phật A Di Đà, rồi chấp trì danh hiệu của đức Phật đó, hoặc trong một ngày, hoặc hai ngày, hoặc ba ngày, hoặc bốn ngày, hoặc năm ngày, hoặc sáu ngày, hoặc bẩy ngày, một lòng không tạp loạn.

Thời người đó đến lúc lâm chung đức Phật

A Di Đà cùng hàng Thánh Chúng hiện thân ở trước người đó.

Người đó lúc chết tâm thần không điên đảo, liền được vãng sanh về cõi nước Cực Lạc của đức Phật A Di Đà.

Xá-Lợi-Phất! Ta thấy có sự lợi ích ấy nên nói những lời như thế.

Nếu có chúng sinh nào, nghe những lời trên đó, nên phải phát nguyện sanh về cõi nước Cực Lạc. (o)

SÁU PHƯƠNG PHẬT ĐỒNG KHUYÊN TIN

Xá-Lợi-Phất! Như Ta hôm nay ngợi khen công đức lợi ích chẳng thể nghĩ bàn của đức Phật A Di Đà, phương Đông cũng có đức A-Súc-Bệ-Phật, Tu-Di-Tướng Phật, Đại-Tu-Di Phật, Tu-Di-Quang Phật, Diệu-Aâm Phật; Hằng hà sa số những đức Phật như thế đều ở tại nước mình, hiện ra tướng lưỡi rộng dài trùm khắp cõi tam thiên đại thiên mà nói lời thành thật rằng: "Chúng sanh các ngươi phải nên tin kinh: Xưng Tán Bất Khả Tư Nghị Công Đức Nhất Thiết Chư Phật Sở Hộ Niệm Này". (o)

Xá-Lợi-Phất! Thế giới phương Nam, có đức Nhật- Nguyệt-Đăng Phật, Danh-Văn-Quang Phật, Đại-Diệm-Kiên Phật, Tu Di-Đăng Phật, Vô-Lượng-Tinh-Tấn Phật. Hằng hà sa số những đức Phật như thế, đều tại nước mình, hiện ra tướng lưỡi rộng dài trùm khắp cõi tam thiên đại thiên mà nói lời thành thật rằng: "Chúng sanh các ngươi phải nên tin kinh: Xưng Tán Bất Khả Tư Nghị Công Đức Nhất Thiết Chư Phật Sở Hộ Niệm Này". (o)

Xá-Lợi-Phất! Thế giới phương Tây, có đức Vô Lượng-Thọ Phật, Vô-Lượng-Tướng Phật, Vô-Lượng-Tràng Phật, Đại Quang Phật, Đại-Minh Phật, Bửu-Tướng Phật, Tịnh-Quang Phật. Hằng hà sa số những đức Phật như thế, đều tại nước mình, hiện ra tướng lưỡi rộng dài trùm khắp cõi tam thiên đại thiên mà nói lời thành thật rằng: "Chúng sanh các ngươi phải nên tin kinh: Xưng Tán Bất Khả Tư Nghị Công Đức Nhất Thiết Chư Phật Sở Hộ Niệm Này".(o)

Xá-Lợi-Phất! Thế giới phương Bắc, có đức Diệm-Kiên-Phật, Tối-Thắng-Aâm Phật, Nan-Trở Phật, Nhựt-Sanh Phật, Võng-Minh Phật. Hằng hà sa số những đức Phật như thế, đều tại nước mình, hiện ra tướng lưỡi rộng dài trùm khắp cõi tam thiên đại thiên mà nói lời thành thật rằng: "Chúng sanh các ngươi phải nên tin kinh: Xưng Tán Bất Khả Tư Nghị Công Đức Nhất Thiết Chư Phật Sở Hộ Niệm Này". (o)

Xá-Lợi-Phất! Thế giới phương dưới, có đức Sư-Tử Phật, Danh-Văn Phật, Danh-Quang Phật, Đạt-Mạ Phật, Pháp-Tràng Phật, Trì-Pháp Phật.

Hằng hà sa số những đức Phật như thế, đều tại nước mình, hiện ra tướng lưỡi rộng dài trùm khắp cõi tam thiên đại thiên mà nói lời thành thật rằng: "Chúng sanh các ngươi phải nên tin kinh: Xưng Tán Bất Khả Tư Nghị Công Đức Nhất Thiết Chư Phật Sở Hộ Niệm Này". (o)

Xá-Lợi-Phất! Thế giới phương trên, có đức Phạm-Aâm Phật, Tú-Vương Phật, Hương-Thượng Phật, Hương-Quang Phật, Đại-Diệm-Kiên Phật, Tạp-Sắc Bửu-Hoa-Nghiêm-Thân Phật, Ta La-Thọ-Vương Phật, Bửu-Hoa Đức Phật, Kiến-Nhất-Thiết-Nghĩa Phật, Như-Tu-Di-Sơn Phật. Hằng hà sa số những đức Phật như thế, đều tại nước mình, hiện ra tướng lưỡi rộng dài trùm khắp cõi tam thiên đại thiên mà nói lời thành thật rằng: "Chúng sanh các ngươi phải nên tin kinh: Xưng Tán Bất Khả Tư Nghị Công Đức Nhất Thiết Chư Phật Sở Hộ Niệm Này". (o)

Xá-Lợi-Phất! Nơi ý của ông nghĩ thế nào, vì sao tên là kinh: Nhứt-Thiết Chư Phật Sở Hộ Niệm?

Xá-Lợi-Phất! Vì nếu có thiện nam tử, thiện nữ nhân nào nghe kinh này mà thọ trì đó, và nghe danh hiệu của đức Phật, thời những thiện nam tử cùng thiện nữ nhân ấy đều được tất cả các đức Phật hộ niệm, đều được không thối chuyển nơi đạo Vô thượng chánh đẳng chánh giác. (o)

Xá-Lợi-Phất! Cho nên các ông đều phải tin

nhận lời của Ta và của các đức Phật nói.

Xá-Lợi-Phất! Nếu có người đã phát nguyện, hiện nay phát nguyện, sẽ phát nguyện muốn sanh về cõi nước của đức Phật A Di Đà, thời những người ấy đều đặng không thối chuyển nơi đạo Vô Thượng Chánh Đẳng Chánh Giác; nơi cõi nước kia, hoặc đã sanh về rồi, hoặc hiện nay sanh về, hoặc sẽ sanh về.

Xá-Lợi-Phất! Cho nên các thiện nam tử thiện nữ nhân nếu người nào có lòng tin thời phải nên phát nguyện sanh về cõi nước kia. (o)

THUYẾT KINH BẤT KHÓ

Xá-Lợi-Phất! Như ta hôm nay ngợi khen công đức chẳng thể nghĩ bàn của các đức Phật, các đức Phật đó cũng ngợi khen công đức chẳng thể nghĩ bàn của Ta mà nói lời nầy: "Đức Thích Ca Mâu Ni Phật hay làm được việc rất khó khăn hi hữu, có thể ở trong cõi Ta Bà đời ác năm món trược: kiếp trược, kiến trược, phiền não trược, chúng sanh trược, mạng trược trung, mà Ngài chứng được ngôi Vô Thượng Chánh Đẳng Chánh Giác, Ngài vì các chúng sanh nói kinh pháp mà tất cả thế gian khó tin này".(o)

Xá-Lợi-Phất! Phải biết rằng Ta ở trong đời ác ngũ trược thật hành việc khó này: đặng thành bậc Vô Thượng Chánh Giác và vì tất cả thế gian nói kinh pháp khó tin này, đó là rất khó!

Đức Phật nói kinh này rồi, ngài Xá-Lợi-Phất cùng các vị Tỳ kheo, tất cả trong đời: Trời, Người, A-Tu-La, v..v.. nghe lời của đức Phật dạy, đều vui mừng tin nhận đảnh lễ mà lui ra. (o)

KHEN NGỢI CÔNG ĐỨC PHẬT A DI ĐÀ

Giáo chủ cõi Tây Phương
Đức Phật A Di Đà
Phát bốn mươi tám nguyện
Hướng dẫn đường chúng sanh,
Đài sen rực rỡ sẵn sàng
Quan Âm, Thế Chí hai hàng tiếp nghinh.

Nam Mô Tịnh Độ Phẩm Bồ Tát Ma Ha Tát. (3 lần) (o)

ÁN THỈNH CÔ HỒN

Hỡi Cô Hồn trước sau tề tựu
Nghe lời khuyên để sửa lỗi mình
Quán Âm, Địa Tạng oai linh
Thích Ca Phật Tổ, câu kinh giải nàn.

Hỡi uổng tử hồn oan phưởng phất

Noi tâm lành của Phật làm gương
Ta bà cực khổ trăm đường
Mau tu thì được Phật thương độ trì. (o)

Hỡi hương hồn chết chìm đáy biển
Và bao người ngộ độc bỏ thân
Nghe chuông thức tỉnh dần dần
Đừng ham danh lợi phù trần nhiễu nhương.

Hỡi Cô Hồn chết thiêu chết chém.
Hổ giảo thân bị yểm bị trù
Lắng nghe kinh kệ sớm tu
Khỏi vòng xích sắt tội tù nghiệp oan.

Hỡi hồn thác trong cơn binh lửa
Chết phong ba, chết giữa núi non
Khi nghe chuông giục boong boong
Hương thơm tỏa khắp, hồn còn nghe kinh.

Hỡi hồn ở đầu gành cuối bãi
Nương gió mây, phảng phất lời xưa
Hồn ơi, hồn hỡi tránh chừa
Những người gian ác dối lừa Phật tiên.

Các hồn bị gấu, beo, rắn cắn
Cùng những hồn số vắn vô danh
Hãy nghe Kinh Kệ ăn năn lỗi mình
Rồi đây hồn sẽ vô ngần thảnh thơi.

Hỡi những hồn vì lời dèm xiểm
Đã hủy mình chết lụn căm gan
Sớm nghe Kinh Kệ, lời vàng
Phật liền dẫn lối chỉ đàng hồn tu.

Xin hồn tỉnh hướng về Phật Tổ
Ngài từ bi cứu độ vong linh
Bao hồn sinh tử tử sinh
Hôm nay hồn được nghe Kinh Pháp mầu. (o)

NGHI MÔNG SƠN THÍ THỰC

Nam Mô Diệm-Nhiên Vương Bồ Tát Ma Ha Tát. (3 lần) (o)

Lửa đói đốt thành sắt chảy
Cô Hồn đói khát than van
Muốn sanh về chốn Lạc Bang
Hoa Nghiêm phúng tụng vài hàng như sau:
"Nếu muốn biết rõ:

Ba đời chư Phật

Quán "Pháp Giới Tánh"

Đều do tâm tạo."

CHÚ PHÁ ĐỊA NGỤC

Án dà ra đế da ta bà ha. (3 lần) (o)

CHÚ THỈNH CÔ HỒN

Nam mô bộ bộ đế rị dà rị đa rị đát đa nga đa da. (3 lần) (o)

CHÚ GIẢI OAN KIẾT

Án tam đà ra dà đà ta bà ha. (3 lần) (o)

Nam mô Đại Phương Quảng Phật Hoa Nghiêm Kinh. (3 lần) (o)

(Tụng 7 câu dưới đây, tụng 3 lần, 1 tiếng chuông)

Nam mô thường trụ thập phương Phật,

Nam mô thường trụ thập phương Pháp,

Nam mô thường trụ thập phương Tăng,

Nam mô Bổn Sư Thích Ca Mâu Ni Phật,

Nam mô Đại Bi Quán Thế âm Bồ Tát,

Nam mô Minh Dương Cứu Khổ Địa Tạng Vương Bồ Tát,

Nam mô khải giáo A Nan Đà Tôn Giả. (3 lần) (o)

Quy y Phật, quy y Pháp, quy y Tăng.

Quy y Phật đấng phước trí vẹn toàn

Quy y Pháp Đạo thoát ly tham dục

Quy y Tăng bậc tu hành cao tột.

Quy y Phật rồi, quy y Pháp rồi, quy y Tăng rồi. (3 lần) (o)

1. PHẬT TỬ đã tạo các nghiệp ác, đều bởi vô thỉ tham sân, si, từ thân, miệng, ý phát sinh ra, tất cả Phật tử đều sám hối.

2. HỮU TÌNH đã tạo các nghiệp ác, đều bởi vô thỉ tham sân, si, từ thân, miệng, ý phát sinh ra, tất cả hữu tình đều sám hối.

3. CÔ HỒN đã tạo các nghiệp ác, đều bởi vô thỉ tham sân, si,

từ thân, miệng, ý phát sinh ra, tất cả cô hồn đều sám hối.

Chúng sanh không số lượng, thệ nguyện đều độ hết

Phiền não không cùng tận, thệ nguyện đều dứt sạch

Pháp môn không kể xiết, thệ nguyện đều tu học

Phật Đạo không gì hơn, thệ nguyện trọn viên

thành. (3 lần) (o)

CHÚ DIỆT ĐỊNH NGHIỆP

Án bát ra mạt lân đà nảnh ta bà ha. (3 lần) (o)

CHÚ DIỆT NGHIÊP CHƯƠNG

Án a lổ lặc kế ta bà ha. (3 lần) (o)

CHÚ KHAI YẾT HẦU

Án bộ bộ đế rị dà rị đa rị đát đa nga đa da. (3 lần) (o)

CHÚ TAM MUỘI DA GIỚI

Án tam muội da tát đoa phạm. (3 lần) (o)

CHÚ BIẾN THỰC

Nam mô tát phạ đát tha,
nga đa phạ lồ chỉ đế,
án tam bạt ra,
tam bạt ra hồng. (3 lần) (o)

CHÚ CAM LỒ THỦY

Nam mô tô rô bà da,

đát tha nga đa da,

đát điệt tha, án tô rô tô rô,

bát ra tô rô, bát ra tô rô,

ta bà ha. (3 lần) (o)

CHÚ NHỨT TỰ THỦY LUÂN

Án noan noan noan noan noan. (3 lần) (o)

CHÚ NHŨ HẢI

Nam mô tam mãn đa mẫu đà nẩm án noan. (3 lần) (o)

(Tụng 7 câu dưới đây, tụng 3 lần, 1 tiếng chuông)

Nam mô Đa Bảo Như Lai

Nam mô Bảo Thắng Như Lai

Nam mô Diệu Sắc Thân Như Lai

Nam mô Quảng Bát Thân Như Lai

Nam mô Ly Bố Úy Như Lai

Nam mô Cam Lồ Vương Như Lai

Nam Mô A Di Đà Như Lai. (3 lần) (o)

1. Oai linh thần chú phi thường,

(thực phẩm) biến thành Tịnh Pháp Thực,

cúng thí vô số chúng PHẬT TỬ,

cầu cho no ấm, hết xan tham,
thoát khỏi U minh về cõi Tịnh,
quy y Tam Bảo rõ Đạo mầu,
rốt ráo trọn nên bậc Vô Thượng,
công đức không lường ở vị lai,
tất cả Phật tử Đồng Pháp Thực. (o)

2. Oai linh thần chú phi thường,
(Thế Pháp) biến thành Pháp Thí Thực,
cúng thí vô số loài HỮU TÌNH,
cầu cho no ấm, hết xan tham,
thoát khỏi U minh về cõi Tịnh,
quy y Tam Bảo rõ Đạo mầu,
rốt ráo trọn nên bậc Vô Thượng,
công đức không lường ở vị lai,
tất cả hữu tình Đồng Pháp Thực. (o)

3. Oai linh thần chú phi thường,
(nước mát) biến thành nước cam lồ,
cúng thí vô số chúng CÔ HỒN,
cầu cho no ấm, hết xan tham,
thoát khỏi U minh về cõi Tịnh,
quy y Tam Bảo rõ Đạo mầu,

rốt ráo trọn nên bậc Vô Thượng,

công đức không lường ở vị lai,

tất cả cô hồn Đồng Pháp Thực. (o)

(Ra bàn cúng thí, cầm khánh và tụng tiếp)

4. Tất cả chúng PHẬT TỬ

Tôi nay nguyện cúng dường

Cơm này biến khắp mười phương

Các hàng Phật tử miên trường ấm no.

Nguyện đem công đức này

Hướng về khắp tất cả

Tôi và các Phật tử

Đều trọn thành Phật Đạo. (o)

5. Tất cả chúng HỮU TÌNH

Tôi nay nguyện cúng dường

Cơm này biến khắp mười phương

Hữu tình các loại miên trường ấm no.

Nguyện đem công đức này

Hướng về khắp tất cả

Tôi và các hữu tình

Đều trọn thành Phật Đạo. (o)

6. Tất cả chúng CÔ HỒN
Tôi nay nguyện cúng dường
Cơm này biến khắp mười phương
Cô hồn các loại miên trường ấm no.
Nguyện đem công đức này
Hướng về khắp tất cả
Tôi và các cô hồn
Đều trọn thành Phật Đạo. (o)

CHÚ THÍ VÔ GIÁ THỰC
Án mục lực lăng ta bà ha. (3 lần) (o)

CHÚ PHỔ CÚNG DƯỜNG
Án nga nga nẳng tam bà,
phạ phiệt nhựt ra hồng. (3 lần) (o)
(Trở về bàn Phật)

KINH BÁT NHÃ BA LA MẬT

Khi Ngài Quán Tự Tại Bồ Tát thực hành sâu xa pháp Bát Nhã Ba La Mật Đa, Ngài soi thấy năm uẩn đều không, qua hết thảy khổ ách.

"Này Xá Lợi Phất, sắc chẳng khác không, không chẳng khác sắc, sắc tức là không, không

tức là sắc. Thọ, Tưởng, Hành, Thức cũng đều như thế".

"Này Xá Lợi Phất, 'tướng không của mọi pháp' không sanh, không diệt, không dơ, không sạch, không thêm, không bớt, nên trong 'chân không', không có sắc, không có thọ, tưởng, hành, thức, không có mắt, tai, mũi, lưỡi, thân, ý, không có sắc, thinh, hương, vị, xúc, pháp, không có nhãn giới, cho đến không có ý thức giới, không có vô minh, cũng không có cái hết vô minh, cho đến không có già chết, cũng không có cái hết già chết, không có khổ, tập, diệt, đạo, không có trí huệ, cũng không có chứng đắc.

Vì không có chỗ chứng đắc, nên Bồ Tát y theo Bát Nhã Ba La Mật Đa, tâm không ngăn ngại. Vì không ngăn ngại, nên không sợ hãi, xa hẳn điên đảo, mộng tưởng, đạt tới cứu cánh Niết Bàn.

Chư Phật trong ba đời cũng y theo Bát Nhã Ba La Mật Đa, được đạo quả vô thượng chánh đẳng chánh giác.

Nên biết Bát Nhã Ba La Mật Đa là Đại Thần Chú, là Đại Minh Chú, là Vô Thượng Chú, là Vô Đẳng Đẳng Chú, trừ được hết thảy khổ, chân thật không hư".

Vì vậy, liền nói Chú Bát Nhã Ba La Mật Đa:

"Yết đế, yết đế, ba la yết đế, ba la tăng yết đế, bồ đề tát bà ha". (3 lần) (o)

CHÚ VÃNG SANH QUYẾT ĐỊNH CHÂN NGÔN

Nam mô a di đa bà dạ,

đa tha dà đa dạ,

đa địa dạ tha,

a di rị đô bà tì,

a di rị đa tất đam bà tì,

a di rị đa tì ca lăn đế,

a di rị đa tì ca lăn đa,

dà di nị dà dà na,

chỉ đa ca lệ ta bà ha. (3 lần) (o)

NIỆM PHẬT

A Di Đà Phật thân sắc vàng

Tướng tốt quang minh tự trang nghiêm

Năm Tu Di uyển chuyển bạch hào

Bốn biển lớn trong ngần mắt biếc

Trong hào quang hóa vô số Phật

Vô số Bồ tát hiện ở trong

Bốn mươi tám nguyện độ chúng sanh

Chín phẩm sen vàng lên giải thoát

Quy mạng lễ A Di Đà Phật

Ở phương Tây thế giới an lành

Con nay xin phát nguyện vãng sanh

Cúi xin Đức Từ Bi tiếp độ.

Nam Mô Tây-phương Cực-lạc thế-giới,

đại-từ đại-bi, A-Di-Đà Phật.

Nam Mô A-Di-Đà Phật. (3 lần) (o)

Nam Mô Đại-bi Quán-Thế-Âm Bồ-tát. (3 lần) (o)

Nam Mô Đại-Thế-Chí Bồ-tát. (3 lần) (o)

Nam Mô Địa-Tạng Vương Bồ-tát. (3 lần) (o)

Nam Mô Thanh-tịnh Đại-Hải chúng Bồ-tát. (3 lần) (ooo)

SÁM CẦU SIÊU

Trên bảo tọa khói hương nghi ngút

Tấm lòng thành chí thiết từ đây

Mây lành năm sắc phủ vây

Chở che nhân loại lắm thay oan hồn.

Vẫn biết chữ "tử qui sanh ký"

Người trần ai ai dễ sống lâu

Nhân vì nghĩa nặng ân sâu

Thương tình đồng loại với nhau một giòng

Sanh bất hạnh nhằm đời mạt Pháp

Chịu trăm bề khốn khổ xiết bao
Sống thời vất vả lao đao
Chết không toàn thể thây giao tử thần.
Nay chúng con hết lòng cầu khẩn
Xin Phật từ cứu độ vong linh
Ngưỡng nhờ chư Phật cao minh
Xót thương nhân loại phù sinh vô thường.
Hễ có sinh là có bi thương
Kiếp luân hồi lắm nẻo tai ương
Hữu hình hữu hoại, vô thường
Có không không có là phường phù du.
Dầu tài sắc trăm năm cũng thế
Kiếp phù sinh há dễ sống lâu
Oan hồn trôi nổi đâu đâu
Ráng nghe kinh kệ ngõ hầu siêu thăng.
Xin kíp đến qui y Tam Bảo
Nước nhành dương rửa sạch lòng trần
Gội nhuần Phật Đức thâm ân
Bao nhiêu tội chướng cũng lần tiêu tan.
Nay hết lúc hồn vương ảo ảnh
Kíp trở về thắng cảnh Tây Phương
Oan hồn nương khói hương thơm
Tiêu diêu Cực Lạc sớm hôm an nhàn. (o)

TÁN LỄ

Tán lễ Tây Phương

Cực Lạc thanh lương

Sen vàng chín phẩm ngát hương

Cây báu bảy hàng

Nhạc trời reo vang

A Di Đà Phật

Phóng ánh hào quang

Hóa Đạo chúng sanh vô lượng

Đến bờ giải thoát yên vui

Hiện tiền đệ tử xưng dương

Cầu sanh An Dưỡng

Hiện tiền đại chúng tán dương

Đồng sanh An Dưỡng. (o)

KHUYẾN TU

(Chỉ chủ lễ xướng)

Ngày nay lại đã qua rồi

Mạng căn huyết mạch lần hồi khô khan

Dường như cá cạn ở ao

Khổ thêm nào có chút nào vui đâu

Cần tu cứu lửa cháy đầu

Đừng cho sái buổi như chầu đế vương
Biết thân mỏng mảnh không thường
Sớm còn tối mất lo phương cứu mình. (o)

HỒI HƯỚNG

(Đại chúng đồng tụng)

Cúng thí công đức, hạnh nhiệm mầu
Thắng phước bao nhiêu con nguyện cầu
Tất cả chúng sanh trong pháp giới
Hướng về Phật Pháp tỏ đạo mầu.
Nguyện cho ba chướng tiêu tan
Phiền não dứt sạch, huệ căn sang ngời
Cầu cho con được đời đời
Hành Bồ Tát Đạo, cứu đời lầm than.
Nguyện sanh Tây Phương, cõi Lạc Bang
Cha mẹ, sen vàng chín phẩm sanh
Hoa nở, thấy Phật, quả viên thành
Các vị Bồ Tát bạn lành với ta. (o)

PHỤC NGUYỆN

Tam Bảo chứng minh oai thần hộ niệm, Bồ tát, Long thiên, Phạm vương Đế thích và bốn Thiên vương Thiên long bát bộ, Hộ pháp Thần

vương tất cả thiện thần thùy từ ủng hộ.

Hôm nay chúng con là... (Tỳ Kheo Ni...., Sadini...) **cùng với các Phật tử chùa Hương Sen, Perris, California, một dạ chí thành vân tập tại đại hùng bảo điện Hương Sen phúng tụng kinh A Di Đà cùng cúng Mông Sơn Thí Thực, xưng tán hồng danh cùng niệm Phật kinh hành công đức. Nguyện đem công đức này cầu cho Phật sự phát triển chùa Hương Sen thành chốn tùng lâm nghiêm tu, ngày một thành tựu, được sự ủng hộ gia trì của đàn việt tín tâm, chư thiên hộ pháp, bồ tát và mười phương chư Phật, để Phật nhật tăng huy, pháp luân thường chuyển, mưa thuận gió hòa, quốc thới dân an.**

Nguyện đem công đức này cầu cho Phật sự phát triển chùa Hương Sen, Perris, Califronia, thành chốn tùng lâm nghiêm tu, ngày một thành tựu, được sự ủng hộ gia trì của đàn việt tín tâm, chư thiên hộ pháp, bồ tát và mười phương chư Phật, để Phật nhật tăng huy, pháp luân thường chuyển, mưa thuận gió hòa, quốc thới dân an.

Nguyện đem công đức này cầu an cho Phật tử... (tên, pháp danh, tuổi) **cùng với các vị gia chủ và các Phật tử hiện diện tại đây: tai qua nạn khỏi, tật bịnh tiêu trừ, nghiệp chướng tiêu tan, gia đạo bình an, thân tâm thường an lạc, quanh năm đều được vạn sự cát tường như ý. Nguyện cho các vị tâm Bồ đề kiên cố, chí tu học vững bền, tự giác,**

giác tha, giác hạnh viên mãn.

Lại nguyện đem công đức này cầu siêu cho hương linh... (tên, pháp danh, hưởng thọ) **cùng cửu huyền thất tổ, nội ngoại hai bên, phụ mẫu quá vãng nhiều đời, nhiều kiếp của chúng con và tất cả các hương linh ký tự tại Chùa Hương Sen, anh hùng chiến sĩ, vì nước hy sinh, đồng bào tử nạn, mười hai loại cô hồn, chết sông, chết chợ, đầu đường, xó chợ, nay được an lành, nghe kinh kệ siêu thăng tịnh độ, vượt qua bể khổ, thoát khỏi Ta Bà, sen vàng chín phẩm nở hoa, pháp thân hiện Di Đà thọ ký.**

Sau cùng, nguyện chúng con cùng tất cả chúng sanh đều sớm trọn thành Phật đạo.

Đại chúng đồng niệm: **Nam Mô A Di Đà Phật.** (o)

KÍNH LỄ

(Đại chúng đứng lên)

Bao nhiêu tất cả nhân sư tử

Mười phương ba đời cùng các cõi

Con đem thân miệng ý thanh tịnh

Lạy khắp tất cả không còn dư. (o)

Nhất tâm đảnh lễ, đệ tử chúng con đại vì bốn ân ba cõi chí thành đảnh lễ:

Nam Mô Quá Khứ Trang Nghiêm Kiếp Thiên

Phật. (o) (1 lạy)

Nhất tâm đảnh lễ, đệ tử chúng con đại vì bốn ân ba cõi chí thành đảnh lễ:

Nam Mô Hiện Tại Hiền Kiếp Thiên Phật. (o) (1 lạy)

Nhất tâm đảnh lễ, đệ tử chúng con đại vì bốn ân ba cõi chí thành đảnh lễ:

Nam Mô Vị Lai Tinh Tú Kiếp Thiên Phật. (o) (1 lạy)

TAM QUY

Con nương theo Phật, cầu cho chúng sanh
Tin chắc Đạo cả, phát lòng vô thượng. (o) (1 lạy)

Con nương theo Pháp, cầu cho chúng sanh
Thấu rõ kinh tạng, trí huệ như biển. (o) (1 lạy)

Con nương theo Tăng, cầu cho chúng sanh
Kính tín hòa hợp, tất cả không ngại. (ooo) (1 lạy)

Nguyện đem công đức này
Hướng về khắp tất cả
Đệ tử và chúng sanh
Đều trọn thành Phật đạo. (ooo)

BÀI KỆ CHƯ THIÊN

Trời, A-tu-la, Dạ xoa thảy
Đến nghe pháp đó nên chí tâm
Ủng hộ Phật pháp khiến thường còn
Mỗi vị siêng tu lời Phật dạy.
Bao nhiêu người nghe đến chốn này
Hoặc trên đất liền hoặc hư không
Thường với người đời sanh lòng từ
Ngày đêm tự mình nương pháp ở.
Nguyện các thế giới thường an ổn
Phước trí vô biên lợi quần sanh
Bao nhiêu tội chướng thảy tiêu trừ
Xa lìa các khổ về viên tịch.
Hằng dùng giới hương xoa vóc sáng
Thường trì định phục để giúp thân
Hoa mầu bồ đề khắp trang nghiêm
Tùy theo chỗ ở thường an lạc. (o)
Nam mô Tam Châu Cảm Ứng
Hộ Pháp Vi Đà Tôn Thiên Bồ Tát Ma Ha Tát.
(3 lần) (o)

MƯỜI ĐIỀU TÂM NIỆM

1. Nghĩ đến thân thể thì đừng cầu không bịnh khổ, vì không bịnh khổ thì dục vọng dễ sinh.
2. Ở đời đừng cầu không hoạn nạn, vì không hoạn nạn thì kiêu xa nổi dậy.
3. Cứu xét tâm tánh thì đừng cầu không khúc mắc, vì không khúc mắc thì sở học không thấu đáo.
4. Xây dựng đạo hạnh thì đừng cầu không bị ma chướng, vì không bị ma chướng thì chí nguyện không kiên cường.
5. Việc làm đừng mong dễ thành, vì việc dễ thành thì lòng khinh thường, kiêu ngạo.
6. Giao tiếp đừng cầu lợi mình, vì lợi mình thì mất đạo nghĩa.
7. Với người thì đừng mong tất cả đều thuận theo ý mình, vì được thuận theo ý mình thì lòng tất kiêu căng.
8. Thi ân thì đừng cầu đền đáp, vì cầu đền đáp là thi ân mà ý có mưu đồ.
9. Thấy lợi thì đừng nhúng vào, vì nhúng vào thì si mê phải động.
10. Oan ức không cần biện bạch, vì biện bạch là nhân ngã chưa xả.

Bởi vậy, Phật dạy lấy bịnh khổ làm thuốc thần,

lấy hoạn nạn làm giải thoát, lấy khúc mắc làm thú vị, lấy ma quân làm bạn đạo, lấy khó khăn làm thích thú, lấy kẻ tệ bạc làm người giúp đỡ, lấy người chống đối làm nơi giao du, coi thi ân như đôi dép bỏ, lấy sự xả lợi làm vinh hoa, lấy oan ức làm cửa ngõ đạo hạnh. Nên chấp nhận trở ngại thì lại thông suốt, mà cầu mong thông suốt thì sẽ bị trở ngại. Thế Tôn thực hiện tuệ giác Bồ đề ngay trong mọi sự trở ngại. Ương Quật hành hung, Đề Bà quấy phá, mà Ngài giáo hóa cho thành đạo cả. Như vậy há không phải chính sự chống đối lại làm sự thuận lợi, và sự phá hoại lại làm sự tác thành, hay sao?

Ngày nay, những người học đạo, trước hết không dấn mình vào trong mọi sự trở ngại, nên khi trở ngại ập đến thì không thể ứng phó. Chánh pháp chí thượng vì vậy mất hết, đáng tiếc đáng hận biết ngần nào?

(Luận Bảo Vương Tam Muội)

NGUỒN THAM KHẢO

1. Nghi Thức Tụng Niệm Hàng Ngày, Hòa thượng Thích Thiện Thanh soạn và dịch. Pl 2557. Chùa Phật Tổ California.
2. Kinh Tụng của Chùa Dược Sư do sư bà Hải Triều Âm biên soạn. https://chuaduocsu.org/kinh-sach/
3. Tổng hợp nhiều nguồn trên Google online.

TỦ SÁCH BẢO ANH LẠC

do Ni Sư Tiến Sĩ TN Giới Hương biên soạn

A. SÁCH TIẾNG VIỆT

1. *Bồ-tát và Tánh Không Trong Kinh Tạng Pali và Đại Thừa* (Boddhisattva and Sunyata in the Early and Developed Buddhist Traditions).
2. *Ban Mai Xứ Ấn* (The Dawn in India), (3 tập).
3. *Vườn Nai – Chiếc Nôi* (Phật Giáo Deer Park–The Cradle of Buddhism).
4. *Quy Y Tam Bảo và Năm Giới* (Take Refuge in Three Gems and Keep the Five Precepts).
5. *Vòng Luân Hồi* (The Cycle of Life).
6. *Hoa Tuyết Milwaukee* (Snowflake in Milwaukee).
7. *Luân Hồi trong Lăng Kính Lăng Nghiêm* (The Rebirth in *Śūrangama* Sūtra).
8. *Nghi Thức Hộ Niệm, Cầu Siêu* (The Ritual for the Deceased).
9. *Quan Âm Quảng Trần* (The Commentary of Avalokiteśvara Bodhisattva).
10. *Nữ Tu và Tù Nhân Hoa Kỳ* (A Nun and American Inmates).
11. *Nếp Sống Tỉnh Thức của Đức Đạt Lai Lạt Ma Thứ XIV* (The Awakened Mind of the 14th Dalai Lama).
12. *A-Hàm: Mưa pháp chuyển hóa phiền não* (*Agama – A Dharma Rain transforms the Defilement*), 2 tập.
13. *Góp Từng Hạt Nắng Perris* (Collection of Sunlight in

Perris).

14. *Pháp Ngữ của Kinh Kim Cang* (The Key Words of Vajracchedikā-Prajñāpāramitā-Sūtra).
15. *Tập Thơ Nhạc Nắng Lăng Nghiêm* (Songs and Poems of Śūraṅgama Sunlight).
16. *Nét Bút Bên Song Cửa* (Reflections at the Temple Window).
17. *Máy Nghe MP3 Hương Sen* (Hương Sen Digital Mp3 Radio Speaker): Các Bài Giảng, Sách, Bài viết và Thơ Nhạc của Thích Nữ Giới Hương (383/201 bài).
18. *DVD Giới Thiệu về Chùa Hương Sen*, USA (Introduction on Huong Sen Temple).
19. *Ni Giới Việt Nam Hoằng Pháp tại Hoa Kỳ* (Sharing the Dharma - Vietnamese Buddhist Nuns in the United States).
20. *Tuyển Tập 40 Năm Tu Học & Hoằng Pháp của Ni sư Giới Hương* (Forty Years in the Dharma: A Life of Study and Service—Venerable Bhikkhuni Giới Hương), Thích Nữ Viên Quang, TN Viên Nhuận, TN Viên Tiến, and TN Viên Khuông.
21. *Tập Thơ Nhạc Lối Về Sen Nở* (*Songs and Poems of Lotus Blooming on the Way).*
22. *Nghi Thức Công Phu Khuya – Thần Chú Thủ Lăng Nghiêm* (Śūraṅgama Mantra).
23. *Nghi Thức Cầu An – Kinh Phổ Môn* (The Universal Door Sūtra).
24. *Nghi Thức Cầu An – Kinh Dược Sư* (The Medicine Buddha Sūtra).

25. *Nghi Thức Sám Hối Hồng Danh* (The Sūtra of Confession at many Buddha Titles).
26. *Nghi Thức Công Phu Chiều – Mông Sơn Thí Thực* (The Ritual Donating Food to Hungry Ghosts).
27. *Khóa Tịnh Độ – Kinh A Di Đà* (The Amitabha Buddha Sūtra).
28. *Nghi Thức Cúng Linh và Cầu Siêu* (The Rite for Deceased and Funeral Home).
29. *Nghi Lễ Hàng Ngày - 50 Kinh Tụng và các Lễ Vía trong Năm* (The Daily Chanting Rituals and Annual Ceremonies).
30. *Hương Đạo Trong Đời 2022* (Tuyển tập 60 Bài Thi trong Cuộc Thi Viết Văn Ứng Dụng Phật Pháp 2022 - A Collection of Writings on the Practicing of Buddhism in Daily Life in the Writing Contest 2022).
31. *Hương Pháp 2022* (Tuyển Tập Các Bài Thi Trúng Giải Cuộc Thi Viết Văn Ứng Dụng Phật Pháp 2022 - A Collection of the Winning Writings on the Practicing of Buddhism in Daily Life in the Writing Contest 2022).
32. Giới Hương - Thơm Ngược Gió Ngàn, Nguyên Hà.
33. *Pháp Ngữ Kinh Hoa Nghiêm* (2 tập). Thích Nữ Giới Hương.
34. *Tinh Hoa Kinh Hoa Nghiêm*. Thích Nữ Giới Hương. NXB Hương Sen.
35. *Phật Giáo và Đại Dịch Coronavirus Covid-19*. Thích Nữ Giới Hương.
36. *Phật Giáo – Tầm Nhìn Lịch Sử Và Thực Hành*. Hiệu đính: Thích Hạnh Chánh và Thích Nữ Giới Hương.

B. SÁCH TIẾNG ANH

1. Boddhisattva and Sunyata in the Early and Developed Buddhist Traditions.
2. *Rebirth Views in the Śūraṅgama Sūtra.*
3. *Commentary of Avalokiteśvara Bodhisattva.*
4. *The Key Words in Vajracchedikā Sūtra.*
5. *Sārnātha-The Cradle of Buddhism in the Archeological View.*
6. *Take Refuge in the Three Gems and Keep the Five Precepts.*
7. *Cycle of Life.*
8. *Forty Years in the Dharma: A Life of Study and Service—Venerable Bhikkhuni Giới Hương.*
9. *Sharing the Dharma -Vietnamese Buddhist Nuns in the United States.*
10. *A Vietnamese Buddhist Nun and American Inmates.*
11. *Daily Monastic Chanting.*
12. *Weekly Buddhist Discourse Chanting.*
13. *Practice Meditation and Pure Land.*
14. *The Ceremony for Peace.*
15. *The Lunch Offering Ritual.*
16. *The Ritual Offering Food to Hungry Ghosts.*
17. *The Pureland Course of Amitabha Sutra.*
18. *The Medicine Buddha Sutra.*
19. *The New Year Ceremony.*
20. *The Great Parinirvana Ceremony.*

21. *The Buddha's Birthday Ceremony.*
22. *The Ullambana Festival (Parents' Day).*
23. *The Marriage Ceremony.*
24. *The Blessing Ceremony for The Deceased.*
25. *The Ceremony Praising Ancestral Masters.*
26. *The Enlightened Buddha Ceremony.*
27. *The Uposatha Ceremony (Reciting Precepts)*
28. *Buddhism: A Historical and Practical Vision.* Edited by Ven. Dr. Thich Hanh Chanh and Ven. Dr. Bhikṣuṇī TN Gioi Huong.
29. *Contribution of Buddhism For World Peace & Social Harmony.* Edited by Ven. Dr. Buddha Priya Mahathero and Ven. Dr. Bhikṣuṇī TN Gioi Huong.
30. *Global Spread of Buddhism with Special Reference to Sri Lanka.* Buddhist Studies Seminar in Kandy University. Edited by Dr. Ven. Kahawatte Siri Sumedha Thero and Dr. Bhikṣuṇī TN Gioi Huong.
31. *Buddhism In Sri Lanka During The Period of 19th to 21st Centuries.* Buddhist Studies Seminar in Colombo. Edited by Prof. Ven. Medagama Nandawansa and Dr. Bhikṣuṇī TN Gioi Huong.

C. SÁCH SONG NGỮ (VIETNAMESE-ENGLISH)

1. *Bản Tin Hương Sen: Xuân, Phật Đản, Vu Lan (*Hương Sen Newsletter: Spring, Buddha Birthday and Vu Lan, annual/ Mỗi Năm).
2. *Danh Ngôn Nuôi Dưỡng Nhân Cách - Good Sentences Nurture a Good Manner.*

3. *Văn Hóa Đặc Sắc của Nước Nhật Bản-Exploring the Unique Culture of Japan.*
4. *Sống An Lạc dù Đời không Đẹp như Mơ - Live Peacefully though Life is not Beautiful as a Dream.*
5. *Hãy Nói Lời Yêu Thương-Words of Love and Understanding.*
6. Văn Hóa Cổ Kim qua Hành Hương Chiêm Bái -The Ancient- Present Culture in Pilgrim.
7. *Nghệ Thuật Biết Sống - Art of Living.*

D. SÁCH CHUYỂN NGỮ

1. *Xá Lợi Của Đức Phật* (Relics of the Buddha), Tham Weng Yew.
2. *Sen Nở Nơi Chốn Tử Tù* (Lotus in Prison), many authors.
3. *Chùa Việt Nam Hải Ngoại* (Overseas Vietnamese Buddhist Temples).
4. *Việt Nam Danh Lam Cổ Tự* (The Famous Ancient Buddhist Temples in Vietnam).
5. *Hương Sen, Thơ và Nhạc* - (Lotus Fragrance, Poem and Music).
6. *Phật Giáo-Một Bậc Đạo Sư, Nhiều Truyền Thống* (Buddhism: One Teacher – Many Traditions), Đức Đạt Lai Lạt Ma 14th & Ni Sư Thubten Chodren.
7. *Cách Chuẩn Bị Chết và Giúp Người Sắp Chết-Quan Điểm Phật Giáo* (Preparing for Death and Helping the Dying – A Buddhist Perspective).

ALBUMS NHẠC

Từ Thơ Thích Nữ Giới Hương

1. Đào *Xuân Lộng Ý Kinh* (The Buddha's Teachings Reflected in Cherry Flowers).
2. *Niềm Tin Tam Bảo* (Trust in the Three Gems).
3. *Trăng Tròn Nghìn Năm* Đón *Chờ Ai* (Who Is the Full Moon Waiting for for Over a Thousand Years?).
4. Ánh *Trăng Phật Pháp* (Moonlight of Dharma-Buddha).
5. *Bình Minh Tỉnh Thức* (Awakened Mind at the Dawn) (*Piano Variations for Meditation*).
6. *Tiếng Hát Già Lam* (Song from Temple).
7. *Cảnh* Đẹp *Chùa Xưa* (The Magnificent, Ancient Buddhist Temple).
8. Karaoke *Hoa* Ưu Đàm Đã *Nở* (An Udumbara Flower Is Blooming).
9. *Hương Sen Ca* (Hương Sen's Songs).
10. *Về Chùa Vui Tu* (Happily Go to Temple for Spiritual Practices).
11. *Gọi Nắng Xuân Về* (Call the Spring Sunlight).
12. *Đệ Tử Phật* (The Buddha's Disciples).

Mời xem đầy đủ Tủ sách Bảo Anh Lạc ở website:

http://huongsentemple.com/index.php/en/about-us/b-o-anh-l-c-bookshelf

NGHI THỨC TỤNG KINH A DI ĐÀ & MÔNG SƠN THÍ THỰC

Tác giả: Tủ Sách Bảo Anh Lạc 50 - Huong Sen Buddhist Temple

Nhà Xuất Bản Hồng Đức
ĐT.: 024.39260024 - Fax : 024.39260031
Email: nhanxuatbanhongduc65@gmail.com

Trách nhiệm xuất bản
Giám đốc: **Bùi Việt Bắc**

Trách nhiệm nội dung
Tổng biên tập: **Lý Bá Toàn**

Biên tập: **Phan Thị Ngọc Minh**
Trình bày: **Vũ Đình Trọng**
Sửa bản in: **Vũ Đình Trọng**

Số lượng: 1,000 bản, Khổ: 14.5 x 20.5 cm
In tại: Nhà in Trâm Anh,
159/57 Bạch Đằng, Phường 2, Quận Tân Bình, TP.HCM
ĐKXB: 3334-2023/CXBIPH/09-96/HĐ
ISBN: 978-604-482-048-9
GPXB: 342/QD-NXBHD ngày 29 tháng 9, 2023
In xong và nộp lưu chiểu trong quý 3, 2023

www.ingramcontent.com/pod-product-compliance
Lightning Source LLC
LaVergne TN
LVHW050820051026
849532LV00008B/3036